Nhạc Mưa

ĐẶNG KIM CÔN

NHẠC MƯA

THƠ

NHÂN ẢNH 2022

NHẠC MƯA
Thơ Đặng Kim Côn
ISBN: 9781990434440
Nhân Ảnh xuất bản, 2022
Bìa và Dàn trang: Uyên Nguyên
Tranh bìa: Lệ Đá của Đinh Cường
Phụ bản: Đinh Cường, Nguyên Khai

Chân dung Đặng Kim Côn, Mưa của Đinh Cường

NHẠC MƯA 5 thơ ĐẶNG KIM CÔN

Đêm Mưa Tháng Sáu

Mai người đi đêm nay mưa buồn quá
Đường rồi xa, rồi lạ, biết tìm đâu
Sợ không nhau, bỡ ngỡ nụ hôn đầu
Buông vội vã vòng tay khờ bối rối

Giọt nước mắt mặn xuống môi lăn vội
Đêm bồi hồi bóng tối cũng buồn thiu
Một trang thư đâu nói được chi nhiều
"Đời sẽ đẹp…" lửng lơ lời chưa vẹn

Mai người đi, mưa theo em nghèn nghẹn
Tiếng hoài thương không đủ hẹn hoài thương
Phượng chờ ai lặng lẽ thắm sân trường
Ve tháng sáu réo nỗi buồn lạc giọng

Mai nơi này, những đêm mưa chờ mộng
Những con đường lẻ bóng ngóng tin ai
Người đi rồi như một bóng mây bay
Mây nào chở ngày mai về bến cũ

02-6-1966

---

* *Đời em sẽ đẹp vì có anh, thư*

Bước Chân Mưa

Mây vẫn tím trên đồi xõa tóc
Người về muôn thuả lẻ loi xưa
Cho anh đến đồi hoa bình thản
Những giọt hồng rơi xuống bước chân mưa.

Xin gió mơn êm và mưa rất nhẹ
Em lên đồi sim hát ngọt ngào
Để mỗi dấu chân tím từng hoa nở
Tím tới từng đêm hồn gọi chiêm bao.

Em có dẫn nắng về khua lá mới?
Bắc cầu vồng thả phấn mây bay
Ngày xưa đâu mà ta ngồi đợi
Đếm từng hoa nắng tàn trên tay.

1969

Mưa Trên Hầm Đại Liên

Thôi đâu còn buổi sáng nào ngủ muộn
Cho những giấc mơ chim hót ngọt ngào
Mưa trên bàn tay vẫy chào cuối phố
Mưa mắt em và... chợt hỏi tại sao

Thành phố em về bước chân mộng mị
Như mưa trên hầm đại liên đêm nay
Mộng mị như từng tiếng mưa trên lá
Tiếng hát hậu phương nhắn với mây bay

Như nỗi nhớ chao trong từng phiên gác
Nghe mưa nơi này nhớ quá mưa xa
Đêm xuyến xao trên hàng cây bã đậu
Muốn thức với mưa và thức với ta.

1969

Mưa Đêm KBC 4100

Bốn ngàn một trăm đêm nay mưa
Co ro lòng một tấm poncho
Mắt chong thăm thẳm Tăng Nhơn Phú
Đồi và ta mờ trong hư vô

Ta và đêm chìm trong mưa rơi
Em và phố cũ mưa xa xôi
(Run run vạt áo xưa mưa bụi)
Dưng không ôm súng giữa trời, chơi

Thay hẹn hò bằng nỗi nhớ thương
Nghe mưa xao xuyến lạnh sân trường
Nhớ lần trốn học làm em khóc
(Trách nắng hờn mưa cũng chỉ buồn!)

Chỉ để bây giờ ai nhớ ai,
Bây giờ quặn thắt rào kẽm gai
Nghe mưa thao thức bên chòi gác
Thủ Đức lặng thinh tiếng thở dài

1969

Mặn Môi

Ít ra trời cũng biết buồn
Nên chi Dục Mỹ chợt tuôn mưa rào
Tiếng mưa tiếng bước xuyến xao
Em về, nước mắt ngọt ngào vai tôi.
Em về, mưa mặn xuống môi
Một lần thăm biết mai đời có nhau?

Mưa đêm xưa, nụ hôn đầu,
Trăm năm ai biết về đâu dặm trường

1970

Đường Lên Núi Bé

Chia tay Diêu Trì, chia tay em
Bàn tay mưa nghẹn vẫy bên thềm
Đường lên Núi Bé rồi xa lạ
Biết sẽ mai rồi ai nhớ, quên?

1971

Thăm Thẳm Đường Mai

Qui Nhơn chừng như mưa quên ngưng
Chờ anh về sau ngày hành quân
Một mình em bước trong mưa lạnh
Để nhớ ấm bàn tay bâng khuâng

Ghềnh Ráng bao nhiêu là mòn mỏi
Thăm thẳm đường mai hẹn... đợi chờ
Em như đám trẻ cô nhi viện
Nhìn khách đến thăm chợt ước mơ

Để nhớ bên song cơn gió nhẹ
Chỗ nằm nước mắt mặn chia phôi
Người đi rồi sẽ... làm sao biết
Lá vàng rơi, những chiếc lá mồ côi

1971

Dốc Cao Dốc Thấp Buồn Thiu, Lá Vàng

Cũng đành để lá vàng rơi
Trong thăm thẳm mắt thu ngùi hơi mưa
Dấu chân lạnh đã bao giờ
Hồn như lá mục buồn khô bóng mình.

Người đi mang hết trời xanh
Để mưa gió lại trên thành phố quen
Nón che một phía trời nghiêng
Ai quên chiếc bóng trên triền dốc đau.

Cũng đành để lá vàng thu
Người đi bỏ lại sương mù buồn thiu
Dốc cao, dốc thấp điu hiu
Người về phố đã vàng theo lá vàng.

1971

Bên Thềm Lệ Thanh

Bên lò than hồng má em
Cơn mưa bất chợt bên thềm Lệ Thanh
Dẫu mai kia lá xa cành
Thềm xưa tiếng hát nào xanh xao đời

Lặng lờ trên nón mưa xuôi
Áo tơi tả rách chưa nguôi tình rừng
Giật mình súng pháo nghe gần
Ta đôi mắt đã thâm quầng nỗi riêng

Nghe mưa bối rối bên hiên
Đôi tay lạnh để người quên đợi chờ
Bây giờ thềm cũ chơ vơ
Buồn cao hơn những đợt mưa qua ngày

Ta ôm súng miệt mài say
Đi cho mộng ngút ngàn bay trong lòng
Nữa mai có về hay không
Còn mưa, còn nắng xin hồng má em.

1972

Chờ Trực Thăng Tải Thương

Trời mưa Phú Túc cũng mưa
Cơn mưa pháo kích cũng vừa dọc ngang
Thịt da thiêm thiếp máu tuôn
Có không một chuyến tải thương trong ngày
Nằm nghe hồn dạo sân bay
Lệ em ấm xuống bàn tay lạnh dần...

1972

Bây Giờ Mưa Bay Trong Mơ

Mưa về đó phải không em
Trên cao ngàn giọt đã mềm cõi xa
Phố xưa nào dấu tình qua
Nghe mưa tuôn lạnh từ xa xưa nào
Mưa khua quá khứ xôn xao
Mưa ra thờ thẫn mưa vào ngẩn ngơ
Bây giờ mưa bay trong mơ
Em lung linh đứng bên bờ biệt ly
Giọt xa mưa vẫy người đi
Giọt gần mưa gạt bờ mi người về.

1972

Như Núi Rừng Ta Mưa

Em ngồi bên mộ vắng
Chiều rấm rức mây bay
Nhìn con thơ nghịch bóng
Bụi nào trong mắt cay.

Tháng ngày em có lạ
Lòng cứ xa cách lòng
Bao nhiêu điều chưa nói
Sẽ một ngày hay không?

Ngày xưa như xác lá
Vùi sâu kỷ niệm mình
Dưới gót đời trôi nổi
Lá vàng chen lá xanh.

Núi rừng ta mải miết
Như hôm qua, một người
Cũng đành thôi, cát bụi
Vâng, cũng đành! Lá rơi.

Từ em về bên ấy
Đã đành là cố quên
Mỗi mưa rừng, gió núi
Thoáng buồn (như không tên).

Bàn tay nào vẫy đưa
Núi rừng ơi, bao giờ?
(Khói trầm nhang đỏ mắt
Đất trời ai chuyển mưa).

Đường ai, đành, cát bụi
Để em thôi ngóng chừng
Ta như giòng suối lạnh
Soi bóng chiều bâng khuâng.

Từng bước về nhắc nhớ
Những lần đưa đón xưa
Không quên, em lại khóc
Như núi rừng ta mưa.

1973

Một Ngọn Đồi Ở Lại

Bốn bánh xe Xuân Lộc
Ướt mưa về Sông Cầu
Mưa rơi từ đầu dốc
Xuống đồi là đi đâu?

Đường tám mươi cây số
Xuân Lộc về Tuy Hòa
Mưa trượt trên phần số
Đời lăn ngàn dặm xa

Một ngọn đồi ở lại
Hai nòng pháo ngó theo
Chiều xa nào em khóc
Giọt mưa chiều trong veo

Không giã từ Xuân Lộc
Mà đi thôi trở về
Tay ai không kịp vẫy
Giữa đất trời tỉnh mê

Xốn xang từng ánh mắt
Mặn xuống từng ngón tay
Mưa vẫn không hề biết
Sẽ bay về đâu đây!

1973

Đấu Pháo

Đấu pháo giữa trời mưa, quên lạnh
Núi có cao gì hơn mưa đâu!
Mưa cũng không cao hơn đạn pháo
Hòn Kén trưa nay hứng đạn thù

Đã là kẻ trộm làm sao biết
Ở đâu rót tới như trời gầm
Rừng núi âm u sao dò được
Rình rập hại người trong tối tăm!

Da thịt ngây thơ không biết chết
Giữa trời, mưa đạn cũng ngu ngơ
Mưa bão bao nhiêu rồi cũng dứt
Chiến tranh thì… biết tới bao giờ!

1974

Em Không Qua Cầu Sáng Nay

Giả dụ sáng nay trời không mưa
(Hôm qua là chút nắng lưa thưa)
Ta đứng bên trong rào gai kẽm
Sao sông chỉ thấy một bên bờ

Hôm qua có tiếng bước qua đây
Bóng ngã theo tà áo gió lay
Không biết ta nhìn, sao bước vội?
(Ta thấy mắt em cười... mây bay)

Ta đợi em từng vạt nắng phai
Mỏi mòn Bàn Thạch cầu ngăn hai
Đồn ta thao thức canh đêm mộng
Bất chợt cơn mưa sáng... quá dài.

Là em không qua cầu sáng nay
Là nụ cười ai quên vén mây
Mưa dày hơn lớp rào gai kẽm
Giả dụ ngày mai còn mưa bay?

1974

Cỏ Hồng Một Mình

Phố núi nên chiều mưa, mưa núi
Em về dưới hàng hiên mưa mau
Ngồi quán Cỏ Hồng nhìn theo dốc
Chợt thèm... lẽo đẽo bước theo sau

Chợt thèm đếm bước nghe mưa rớt
Biết đâu em chẳng chậm chân chờ
Để nhớ con đường xưa, áo trắng
Đi dưới mưa mà không biết trời mưa!

Như giọt cà-phê không muốn rớt
Khói thuốc như mây chiều La Hai
Nhạc buồn như bước chân em lạnh
Lát về Bến Đá, nhớ mưa ai

1974

Mưa Mắt Mười Năm

Nếu đêm nay anh không về muộn
Hẳn gì trời đã kịp mây giăng
Đường có thể không dài đến sáng
Mưa cũng không về mắt cũ mười năm.

Mưa thật không, mưa có dài không?
Trời muốn lạnh sao ngăn trời nổi
Trong những giọt mưa thầm rất tội
Mười năm, bóng tối nói không cùng.

Để mười năm như sương khói bay
Ôm bóng tối ngọt ngào lạnh xuống
Hãy cứ mặc ngoài kia gió chướng
Chuyện ngày mai là chuyện của ngày mai.

1976

Một Đêm Mưa
(Viết lại bài thơ 10 năm trước)

Mai người đi, ngày mai là đâu
Gần nhau chưa mà sao xa nhau
Mưa thổn thức ngại đêm qua vội
Níu thời gian vụng nụ hôn đầu

Mai mình ta thơ thẩn những con đường
Mưa buồn hơn, ngày tháng cũng dài hơn
Sân trường hè vắng ve chờ phượng
Tiếng bước nào xao xuyến hoài thương

Hoài thương, hoài nhớ, Tháng Sáu mưa
Con đò xa quá cây đa xưa
Ngày mai tiếng sóng trên sông vọng
Những trang thư thao thức trong mơ

Mưa vẫn rơi trên một bắt đầu
Từng nhớ thương theo ngày tháng không nhau
Mưa sẽ tạnh và đêm sẽ sáng
Mốt nọ mai kia sợ nắng phai màu.

6-1976

Còn Lại Tiếng Mưa Rơi

Là cám ơn, ừ, cũng cám ơn
Thì như bong bóng mưa trên đường
Nghe từng hơi bấc tan trong áo
Còn đẹp ánh đèn soi phấn son

Xin cám ơn em, một chút vui
Không mong, đêm có chợt xa xôi?
Lời ca nào đọng trên môi ướt
Em về bỏ lại tiếng mưa rơi.

Đừng hỏi mưa đang rơi, nghe không
(Mặc mưa, mặc lũ réo trong lòng)
Kéo chăn đắp hộ anh, tình lạnh
Kéo mộng đêm nay lạc gió đông

Cám ơn từng tiếng thầm, đêm đêm
Lời ca hun hút cuối đường riêng
Tiếng cười rúc rích trong hồn tối
Dội lại từng cơn mưa không tên

12-1976

Quên

Vội một lời quên, dễ vội quên?
Mộng nào còn ấm chiếu chăn em
Không yêu, không nhớ, ai chờ đợi
Một chút vui sao lòng buồn tênh

Dễ một lời quên, đã dễ quên?
Mưa đâu đã kịp tạnh bên thềm
Không mong, không hẹn sao lòng lạnh
Em về, con đường như xa thêm

Trời đâu còn mưa cho em riêng
Nên đêm dẫu lạnh cũng êm đềm
(Trong mưa, như có bàn tay ấm
Ai quên, nhưng mưa không muốn quên)

Nói một lời quên có để quên?
Trong quên, nỗi nhớ đã mông mênh
Giọt mưa chưa kịp khô trên mắt
Lại đọng trong hồn nhau đêm đêm.

12-1976

Lặng Lẽ

Nào thuở vườn em mưa thanh xuân
Khẽ đến, khẽ đi, khẽ bước chân
Nếu lỡ làm em giật mình, xin lỗi
Ai đi rồi, tim có bâng khuâng?

Nếu ta nói thư em làm ta buồn,
Em rải những cánh hoa dậy hương
Ta lạc mất, vườn em là ma trận
Lối về hoài bì bõm giữa Sông Tương

Vòng xoáy cuốn tình hun hút đau
Hồn ta lịm giữa mắt em sâu
Vườn em hoa lá xôn xao mộng
Ngàn năm nào đắm giữa đời nhau.

Vâng, hoa chờ trăng về bên song
Ngày xưa ấy của ai sao mênh mông
Ví dụ của mình, em có lạ?
Có giật mình ngoảnh tìm ai không?

Có bồi hồi nghe bên song mưa?
Từng giọt rớt xuống vườn em ươm thơ
Những dấu chân tình nhân nào ướt
(Ví dụ, có dấu chân mình, ngày xưa!)

Đến lặng lẽ bên vườn mưa đêm đêm
Nếu ở lại có làm em vui thêm
Có thể, đã bao điều lặng lẽ
Như đến đi, rồi biết có ai tìm?

1976

Sau Những Cơn Mưa

Những cơn mưa đã tan trong lòng biển,
Kỷ niệm xô bờ bỏ biển lang thang...
Thiên thu ấy, em hóa tình chao liệng,
Gió mây ta lơ lửng mấy thiên đàng.

Tận đầu non, rong rêu chờ hóa đá,
Riêng tim em vẫn ấm nhịp chờ mong...
Bỗng một ngày nghe hồn em cũng hóa,
Giọt mưa đông thăm thẳm mặn trong lòng.

Một lần đi bỏ trăm lần lỡ hẹn,
Bao lâu rồi hoa không nở cành mơ?
Nghe mưa vọng trời xa nào nghèn nghẹn,
Gọi bây giờ hay gọi cả ngày xưa?

Để lung linh tiếng muôn trùng vang vọng,
Lung linh em trên mỗi bước anh về.
Mưa đọng lại trên đường xưa sóng nổi,
Soi bóng mình thơ thẩn cuối đường khuya.

1978

Những Giọt Mưa Trong Mưa

Những giấc mơ cũng tan như những nụ hôn dưới mưa
em đi như chuyện mùa đông phải đến
để cuối cùng
đêm tối trong lòng, đêm tối quanh chúng ta dày hơn

Nơi em đến tối như nơi anh về
đêm tối rạo rực đêm em chưa đi
đêm tối không còn gì
và ta
cũng vậy.

Chắc cũng có lúc mưa không còn nghịch ngợm trên môi
hai con chuột thôi ướt
ở hai nơi xa xôi
thẫn thờ nhìn về đêm ấy lội mưa.

1978

Chiều A30

Mưa chẳng buồn theo về cổng trại
Chiều bâng khuâng đứng lại hiên trường
Có phải để dành một ngày không hẹn
Đáy lòng đành nén chút yêu thương

Ngày kia đất đỏ theo về phố
Len lén tình em bên gối mơ
Thăm thẳm mắt ai chiều quạnh vắng
Trong tim còn tháng thốt một chiều mưa

Chiều đi bốn mắt tròn, im lặng
Rào kẽm gai chia mấy cuộc đời
Ai biết sẽ bao nhiêu ngày tháng
Nên chia tay là vĩnh biệt người ơi

Nên bàn tay bùi ngùi xua bụi phấn
Không vẫy chào dù biết phải xa nhau
Thì thôi có bức tường ngăn giữa
May ra còn một chút nhớ cho nhau

Ai bước hai bên rào gai kẽm
Chia trời ngàn mảnh A 30
"Đất Thạch Thành chưa mưa đã rã"
Lòng chưa gần mà đã quá xa xôi

Đất cũng rã, hoa cũng tàn, lá rụng
Quê hương của ai, nhớ quá ngày xưa
Ngày về và em chỉ là trong mộng
A 30! Không biết tới bao giờ

1979

Một Chút Ngày Xưa

Giữa Tuy Hòa bước một mình
Chút mưa và chút buồn thành ngày xưa

1979

Phải Chi

Phải chi hôm ấy đưa về
Cơn mưa chưa hẳn đến khuya đã dừng

1979

Thao Thức

Mưa ít quá và đầu hôm ngắn quá
Nên khắp trời chỉ lạnh mình anh
Giá còn sớm để anh ngồi lại
Cùng chia nhau chút lạnh ân tình.

Nữa anh về một mình buồn tênh
Em ngồi níu mùa đông xuống thấp
Những con đường ngược xuôi chẳng gặp
Dẫn đời đi hun hút vô tình.

Tiễn nhau ra ngõ anh về thôi
Trời thổn thức chút tình không nói
Một mình em e mưa lại rơi
Mây trĩu xuống bên song vời vợi.

Trong ngực kia tình còn réo gọi
Còn long lanh đáy mắt tuôn mưa
Lời muốn nói nhưng lòng muốn hỏi
Giữa lặng thầm đủ hiểu gì chưa.

Với bóng tối chập chừng quá khứ
Đêm có trở mình bâng khuâng không?
Mưa về sáng không dài hơn nỗi nhớ
Em có cùng anh thức với lòng?

1980

Mây Mù Bay Đi

Trăng vườn em rợp bóng anh
Nghe đêm ngọt lịm từng canh bên người
Mây mưa run rẩy bên trời
Đã ngây ngất vỡ cuối trời bay đi
Ngửa nghiêng mấy đủ cuồng si
Giọt môi bão táp, giọt mi rã rời.

Là bao nhiêu ngày tháng ơi!
Ngỡ trăng quên lặn, mặt trời quên lên
Ngày dài, đêm lại dài thêm
Đường anh mưa ngập, đường em sóng nhòa.
Đếm từng tiếng bước, trời xa
Ngóng nhau nào giấc mơ qua gối này?
Bàn tay níu lạnh bàn tay
Cành thu hẹn, lá chừng quay quắt vàng
Hoa xưa hẹn nở chực tàn
Vườn xa thiêm thiếp cỏ hoang đã đành

Mắt môi như nắng long lanh
Mồ hôi ríu rít gọi tình, tình ơi
Mưa hôm qua tạnh lâu rồi!

1981

Mộng Du

Quá giang nhau một nỗi buồn
Kéo dài thêm chút con đường mưa rơi
Cũng thôi mặc kệ mây trôi
Trăm năm nào đã hẹn đời chút duyên
Rơi vào tay cái chênh vênh
Từ đâu thì cũng là quên thôi mà
Người từ trong mộng bước ra
Còn vương bóng tối đêm qua vật vờ
Nghe lòng từng đá sỏi khua
Những ngày xưa ấy đội mồ mộng du

1981

Lục Bát Trong Mưa

Có một bài lục bát
Từng cặp đôi so le
Dắt tay về hoài niệm
Nghe lòng còn sắt se.

Có gì cơn gió nhẹ
Ngỡ ngàng hiên mưa xưa
Trăm năm về trăm ngả
Để chiều nao ngẩn ngơ.

Có một bài lục bát
Xanh lưng trời chớm đông
Có một cơn mưa lạc
Lay bay trong vô cùng

Lay bay vần thơ xám,
Trôi về mênh mông nào
Nhớ ai đông giọt mực,
Trên trang đời chiêm bao

10-1987

Hỏi Mưa

Tiếng bước thu về tuôn mưa rơi
Rớt lại chiều xưa mấy ngậm ngùi
Em nằm khóc hỏi mưa xa ấy
Một chia tay sao như mây chiều trôi?

1989

Đêm Ấy Trú Mưa

Tạt vào lùm trú mưa, đêm vắng
Trời tối đen đến không thấy lòng nhau
Có gì đó cả hai cùng mong đợi
Gần biết bao sao xa tận đâu đâu!

Đưa em về mưa đâu bất chợt
(Chắc tại con đường muốn đêm dài hơn)
Lùm che không hết cơn mưa lớn
Giọt rớt trên từng hơi thở cô đơn

Chắc mưa tiếc chưa đủ làm tim khát
Để bâng khuâng không níu nổi bờ môi
Thịt da nào ngại bàn tay lạnh
Sao thả mưa và bóng tối chơi vơi?

Để mưa tạnh hỏi sao đường ngắn
Đêm vẫn dài hai chiếc bóng mơ mưa
Mà ngày mai cứ mênh mông đường vắng
Một mình đi, thương nhớ quá lùm xưa.

1992

Bên Song

Hóa thân tiền kiếp xa nào
Tìm nhau, đâu chút chiêm bao muộn màng
Níu trăm năm kẻo đông tàn
Mưa rơi trắng giấc thiên đàng bên song
Ta còn không, em còn không?
Mà sao để mộng giữa trần gian quay

Bên trời ai mưa vẫn bay
Bên song ta gió còn lay nỗi buồn
Bước chân còn ấm phố phường
Em về, bất chợt con đường lạnh căm.

12- 1992

Đêm Sâu

Em có nghe đêm bâng khuâng mưa?
Xôn xao hẹn hò giọt trăn giọt trở
Mưa nối đất trời đêm đêm thương nhớ
Như mai nào còn ấm từng giấc mơ.

Mưa nhắc mình nhớ gì không em?
Ví dụ những đêm không muốn sáng
Tiếng cười bên vai gọi trời xuống lạnh
Mai bờ môi còn váng vất hương đêm.

Như giòng sông trôi qua đời nhau
Những ngón tay bên song xao xuyến
Khung cửa sổ buồn vui từng môi mắt
Nghe mưa rơi trên bóng của đêm sâu

12-1992

Mưa Ở Đâu Về

Mưa ở đâu về mưa hối hả
Để đời thêm vội bước lưu vong
Hai năm ta sống bên trời lạ
Lạ nói, lạ nghe, lạ tấm lòng.

Mưa vẫn vô tình không hẹn dứt
Ngã tư đèn đỏ lạnh quên xanh
Trông bong bóng nước trên đường vỡ
Những thoáng đời không, có mong manh.

Mưa sao xối xả trong tim động
Thấp thoáng quê nhà hoa lá bay
Chiều nay mưa có về bên ấy
Sao cuối đường ta rưng rức mây.

1997

Một Mình Buồn Vui

Nghe anh về không thấy tới em
Một thoáng mưa bất chợt bên thềm
Lời hẹn xưa từng bong bóng nước
Thoắt long lanh, thoắt vỡ, êm đềm.

Chiều ngẩn ngơ để ngày rớt nắng
Hoàng hôn chừng vương vướng bàn chân
Có mong không một tình cờ tới
Sao ngập ngừng dấu chân bâng khuâng.

Nghe anh về không thấy tới em
Đêm buồn vui đêm vẫn tối đen
Em như lạc mất mình trong mộng
Mộng buồn vui cũng một mình em

Đủ ngọt ngào những đợi mong chưa
Trời như còn hẹn những cơn mưa
Đêm có dài hơn hay sẽ ngắn
Cũng qua như những ngàn đêm xưa.

Năm tháng đành như con nước mau
Rêu mấy xám chân cầu đã sao
Cứ để sóng giữa lòng sông gợn
Há đôi bờ chưa từng xa nhau?

2002

Em Đi

Em đi đâu để đêm dài
Để mênh mông dáng ai ngoài song thưa
Rộn ràng tiếng bước ai khua
Em như bóng tối lượn lờ chiêm bao.

Em đi chăn chiếu nôn nao
Phòng quay quắt lạnh đèn thao thức mờ
Em đi ngày tháng bơ vơ
Mưa đâu đó có thẫn thờ mắt ai.

2003

Đêm Nghe Tiếng Sóng

Không phải sóng đêm nay không ngủ
Mà là em để biển dậy bên mành
Nghe chăn gối cũng buồn như thương nhớ
Đêm ở đâu mà biển vây quanh.

Sóng có thể xua bọt bèo khỏi biển
Sao buồn không theo nước mắt trôi
Đâu phải sóng chỉ lên bờ vỗ
Sao lệ em chỉ mặn một bên đời?

Đêm đêm biển có nằm nghe sóng
Hỏi chân trời con nước về đâu
Sao bóng tối vẫn đôi bờ vọng
Và biển chờ ai để sóng bạc đầu.

Không phải sóng muốn trào ra mắt
Mà là em để biển mặn trên mi
Sao kỷ niệm ngậm ngùi như bóng tối
Đêm mịt mù như bóng một người đi.

Để đêm đêm lại ngồi bên cửa
Nghe sóng xa thổn thức bờ gần
Nghe tiếng thở cũng buồn như tiếng sóng
Biển buồn gì mà sóng cứ bâng khuâng?

Không phải biển chập chùng tiếng bước
Mà là đêm gõ nhịp trong lòng
Không phải sóng long lanh bóng tối
Mà là mưa lặng lẽ rớt bên song.

2003

Đêm Nghe Tiếng Sóng

Thơ : *Đặng Kim Côn*
Nhạc : *Vĩnh Điện*

Chậm *(dịu dàng, thổn thức)*

Không phải sóng đêm nay không ngủ. Mà là em để biển thức bên mảnh. Nghe chăn gối cùng buồn như thương nhớ. Đêm ở đâu mà biển vây quanh. Sóng có thể xua bọt bèo khỏi biển. Sao buồn không theo nước mắt trôi. Đâu phải sóng chỉ lên bờ vỗ. Sao lệ em chỉ mặn một bên đời? Đêm đêm biển có nằm nghe sóng. Hỏi chân trời con nước về đâu. Sắc bóng tối vẫn đôi bờ vọng. Và biển chờ

ai   để sóng bạc đầu.   Không phải sóng muốn trào ra mắt. Mà là

em   để biển mặn trên mi. Sao kỷ niệm ngậm ngùi như bóng tối. Đêm mịt

mù như bóng một người đi.   Để đêm đêm lại ngồi bên cửa. Nghe sóng

xa   thổn thức bờ gần. Nghe tiếng   thở   cũng buồn như tiếng sóng. Biển buồn

gì   mà sóng cứ bâng khuâng?   Không phải biển   chập chùng tiếng

bước.   Mà là đêm   gò nhịp trong lòng. Không phải sóng   long lanh bóng

tối.   Mà là   mưa   lặng lẽ rớt bên song.

Kỷ Niệm

Quá khứ như một nấm mồ hoang
Ẩn chứa bao nhiêu điều không nói
Không mong một tình cờ nào tới
Cỏ cứ xanh đi, đã, lại vàng.

Ngày tháng còn dẫn ta đi đâu
Chập chùng quá khứ mộ hoang sâu
Mưa nắng, khóc cười, gấm nhung, gai góc
Chỉ thấy đìu hiu tóc đổi màu.

Kỷ niệm như tiếng mưa bên song
Xao xuyến, bồi hồi, xốn xang, thổn thức
Nghe từng giọt nhỏ xuống đời đau nhức
Từng tiếng mưa, dao cắt ngọt trong lòng.

Kỷ niệm như những tay chân mình rụng
Nằm ngậm ngùi bên đời lao xao
Bởi xương thịt không phải là sỏi đá
Nên chia lìa là còn mãi niềm đau.

2004

Mưa Còn Rơi Không Em

Lo gì mưa thứ bảy
Không lạnh đâu, cuối tuần
E đêm không dài đủ
Còn mong chi, phải không?

Nỗi buồn không đối mặt
Nên tình là bơ vơ
Khi đêm đông quên lạnh
Bóng tối cũng đôi bờ

Tháng ngày là cút bắt
Chưa vui đã vội buồn
Lời bao nhiêu vẫn thiếu
Người về đâu cuối đường

Thì chỉ là sóng ảo
Là tiếng cười đầu đêm
Em về thôi, thứ bảy
Mưa còn rơi không em?

01-2007

Xuân Phân

Ờ hay nước mắt đâu mà sẵn
Không đã hứa là không khóc sao?
Tháng Giêng ướt có làm mùa xuân ngắn
Sớm xuân phân nắng biết về đâu.

Mưa kia còn nghẹn trên vai áo
Hồn vữa trong nhau chưa đủ gần
Đành ai một nửa trời giông bão
Một nửa trời vương vướng gót chân.

Nụ hôn buồn rũ trên môi lạnh
Như đã xa từ trăm năm xưa
Tay cứ vẫy không hồn. Mưa tạnh
Em quay đi như nắng vẫn bao giờ.

Để bến của người người nước mắt
Của trùng phùng và của chia ly
Bến của riêng em đi về lạ hoắc
Không biết người đi hay ta đi.

Nên em về, nước mắt khô rất vội
Giấu hồn mình sau phấn son tươi
Sẽ ngày tháng thầm như bóng tối
Có phải mình không, những nụ cười?

2007

Để Lại

Để mưa gió lại Saigon
Để Saigon lại cho đường phố đông
Để đường phố lại em trông
Để em lặng lẽ giữa lòng gió mưa.

2007

Cơn Mưa Rào Về Phố

Cơn mưa rào rộn rã
Reo trên ngàn thông cao
Xôn xao từng giọt nước
Lăn xuống môi ngọt ngào.

Mưa rung vòng tay ấm
Thầm thì mười ngón tay
Để anh lau tóc ướt
Trên vai đời mây bay.

Hàng thông dài mù mịt
Dẫn mưa theo đường về
Như những dòng sông rộng
Bay trắng trời say mê.

Mưa se từng nỗi nhớ
Dệt hồn nhau gấm hoa
Bập bềnh bong bóng nổi
Trời chợt gần chợt xa.

Mưa, mưa, mưa rối rít
Về Naples chiều nay
Có làm đêm trở lạnh
Sao mây tần ngần bay.

2007

Cơn Mưa Rào Về Phố

Thơ : Đặng Kim Côn
Nhạc : Vĩnh Điện

Cơn mưa rào về phố, reo trên ngàn thông cao. Xôn xao từng giọt nước, lăn xuống môi ngọt ngào. Mưa rung vòng tay ấm, thầm thì mười ngón tay. Để anh lau tóc ướt, trên vai đời mây bay. Mưa xe từng nỗi nhớ, dệt hồn nhau gấm hoa. Bập bềnh bong bóng nổi, trời chợt gần chợt xa. Hàng thông dài mù mịt, dẫn mưa theo đường về. Như những dòng sông rộng, bay trắng trời say mê. Mưa, mưa mưa rối rít, về Na-ples chiều nay. Có làm đêm trở lạnh, sao mây tần ngần bay. Mưa, mưa mưa rối rít, về Na-ples chiều nay. Có làm đêm trở lạnh, sao mây tần ngần bay.

NHẠC MƯA 60 thơ ĐẶNG KIM CÔN

Đêm Naples

Siết tay chút, Naples! Sao lại mưa?
Mưa bao nhiêu nước nữa cho vừa?
Mùa đông giữ gió đông, mừng nắng
Lâu quá, để buồn nhau, đủ chưa?

Ôm Naples, đất trời chông chênh
Phố phường cuống quít thịt da quen
Đông tàn chưa đã nghe Xuân sớm
Mưa Tháng Mười Hai, mưa Tháng Giêng?

Rừng thông rẽ ngược con đường khuya
Xôn xao ngàn dặm cuối năm về
Mùa Xuân lúng liếng bờ môi nụ
Giọt nến đọng đầy đêm tỉnh mê.

01-2008

Nhạc Mưa

Cho anh nghe chút gió
Trên tà áo em bay
Để anh trông thấy phố
Theo em về đêm nay

Ngọn đèn mờ, chiếc bóng
Một mình em, một mình
Mưa vây đường phố rộng
Mưa, mưa... và không anh.

Cho anh nghe mưa rơi
Bên hiên đời sướt mướt
Tiếng ca nào sũng ướt
Bay giữa đời chơi vơi

Vâng, anh đang nghe gió
Rung từng con phố đêm
Anh thấy em mắt đỏ
Tuôn mấy giọt mưa mềm.

Vâng, anh đang nghe mưa
Và tay em buốt lạnh
(Có đôi tay lính quýnh
Bên phía trời không mưa)

Giọt thầm như hơi thở
Mưa xa, mưa xa ơi
Từng nốt trầm bổng rót
Trên bài ca không lời

11-2008

Nhạc Mưa

Thơ : *Đặng Kim Côn*
Nhạc : *Vĩnh Điện*

Nhịp vừa *(trong sáng)*

Cho anh nghe chút gió, trên tà áo em bay. Để anh trông thấy phố, theo em về đêm nay. Ngọn đèn mờ chiếc bóng, một mình em một mình. Mưa vây đường phố rộng, mưa.. mưa.. và không anh. Cho anh nghe mưa rơi, bên hiên đời sướt mướt. Tiếng ca nào sũng ướt, bay giữa đời chơi vơi. Vâng anh đang nghe gió, rung từng con phố đêm, Anh thấy em mắt đỏ, tuôn mấy giọt mưa mềm. Vâng anh đang nghe mưa, và tay em buốt lạnh. Có đôi tay lính quýnh, bên phía trời không mưa. Giọt thầm như hơi thở, mưa xa mưa xa ơi. Từng nốt trầm bổng rót, trên bài ca không lời.

Không Đưa Em Về Đêm Nay

Không đưa em về đêm nay
Mắt xa xôi chợt cay cay đèn mờ
Mặc đêm, mặc lạnh, mặc mưa
Mặc anh đứng níu trời xưa dỗ mình
Người về tình tội đêm anh
Tiếng thầm bỏ lạnh trên cành đông xa

12-2008

Mưa Trên Thung Lũng Hoa Vàng

Còn lại đất trời hai nửa vỡ,
Không tuyết cũng mưa lạnh Tháng Mười.
Hoa vàng không hẹn xuân nào nở,
Để tiếng mưa buồn như lá rơi.

Em đi, xa quá nên đêm chậm,
Con đường không bóng võ vàng trôi,
Trăng khuyết đã đành, mưa chi lắm,
Những giấc mơ ngơ ngác quanh đời.

Để lại Tháng Mười mưa thờ thẫn,
Từng giọt rối mù San Jose.
Quen quá sao đi đâu cũng lạnh,
Tại mưa hay tại em không về?

10-2009

Mưa Trên Thung Lũng Hoa Vàng

Thơ : Đặng Kim Côn
Nhạc : Trần Quang Lộc

Saigon Trăm Ngã

Sài Gòn, em về thôi, mưa tới
Con đường khó nhớ cũng mưa bay
Bàn chân nằng nặng cơn giông nổi
Đi giữa ngàn năm chạnh một ngày

Phải nợ nần đâu mà vướng víu,
Xế đi đường xế, trưa đường trưa
Anh đi trắng bước chân mây lạnh
Em về nào có hẹn chiều mưa!

Sớm sủa gì đâu mà hò hẹn
Bóng chiều lấm tấm mỏi trên vai
Hôm qua em ở nơi nào nhỉ
Mà để hôm nay thấp thoáng mai?

Không quay lại e chiều mưa đuổi kịp
Để mắt ai như hắt lại sau lưng
Sài Gòn một mình em mưa nắng
Qua đường, ngã tư như rưng rưng

Không biết chỗ ngồi bâng khuâng không
Ở đó có gì như quen thuộc
(Một cơn mưa lạnh lòng ai kiếp trước
Xốn xang bay tìm nắng giữa vô cùng)

Vâng, em về thôi, chiếc bóng!
Hỏi bác tài mưa nắng có hôn nhau?
Sài Gòn trăm ngã em là một
Có ngả nào còn hẹn chút mai sau?

7-2010

Trắng Ngoài Thiên Thu

Một lời cũng nghẹn
Trời xa, xa thêm
Khói sương miên viễn
Biết đâu anh tìm

Con đường bỗng lạ
Bóng lẻ chiều hoang
Em về xa quá
Mưa mù nghĩa trang

Ngày xưa run rẩy
Muộn màng nụ đau
Cành lan buốt trắng
Nở ngoài thiên thu

Bên tình tự mộ
Mưa bỏ trời bay
Bó nhang không đỏ
Ôm hoài trên tay

07-2010

Lêu Lêu...

Lêu lêu vừa khóc vừa cười,
Nắng mưa, mưa nắng rối bời trăng sao.
Lêu lêu vừa cấu vừa gào,
Xưa nào da thịt ngọt ngào mười lăm
Lệ trăm năm mặn ngàn năm
Nhỏ lên mộ lanh em nằm, năm mươi!
Chùm lan nghịch tuyết cuối trời
Lững lờ chiếc bóng khóc cười mây bay

07-2010

Thu Phân

Đưa em ra sân bay về
Con đường lạc giữa bốn bề thu phân
Mùa Ngâu trên vai trong ngần
Xốn xang tiếng lá vàng từng bước xa
Ta về, lạ bóng hình ta
Chợt chông chênh nắng, chợt lòa nhòa mưa.
Âm u, lòng đã đêm chưa?
Mà căn phòng tối ngập lơ láo mình

08-2010

Không Hẹn Một Cơn Mưa

Lắc rắc trên một thời thơ trẻ,
Ngồi dưới mưa không hẹn một cơn mưa
Ghế đá sân vườn sao yên tỉnh thế
Tiếng hát nào tan theo mộng bao giờ!

Tiếng hát gọi một thời rồng rắn
Thuở tắm mưa em ở nơi nào?
Khi đèn màu mở toang khung cửa kính
Mưa vẫn bay từng sợi xuống đời nhau.

Cái thuở cõng tình nhau "u quạ"
"U" hết hơi chưa bắt được người
(Em chấp ta ngàn năm chạy trước)
Kịp đâu mà theo mãi tiếng mưa rơi

Nên con đường ra bãi đậu xe
Mưa không dứt mà môi không ngại ướt
Có nhau chưa hỡi những ngàn năm trước,
Mà bàn chân như lạ bước về?

Cám ơn em cho ta nhớ thời con nít
Từ chưa nhau đã hẹn với trăm năm
Để hiểu tại sao bàn tay cuống quýt
Muốn níu bàn tay gọi sóng vô âm.

Để hiểu tại sao mưa không muốn tạnh
Và tại sao người ta yêu thương
Không lẽ mưa cũng rơi trên tiếng hát
Để môi ai chợt lạnh nụ hôn buồn

7-2010

Không Hẹn Một Cơn Mưa

Thơ : Đặng Kim Côn
Nhạc : Vũ Vĩnh Phúc

Lắc rắc trên một thời thơ trẻ Ngồi dưới mưa không hẹn một cơn mưa. Ghế đá sân vườn yên tĩnh thế! Tiếng hát nào tan theo dư âm xưa? Lắc rắc trên một thời con nít. Thuở tắm mưa tìm em ở nơi nao? Cái thuở công tình nhau u quạ. U hết hơi mà chưa bắt được người. Rồi ngày qua mau... qua mau... Tiếng mưa xưa rót xuống đêm sầu

Khi đèn màu mở toang khung cửa kính Mưa vẫn
bay từng sợi xuống đời nhau. Nên con đường ra bãi đậu
xe Mưa không dứt mà môi không ngại ướt. Có nhau
chưa hỡi những ngàn năm trước? Bàn chân quen sao
lạ bước về? Có biết tại sao mưa không dứt? Và tại
sao người ta lại yêu thương? Không lẽ mưa hoài trên tiếng
hát Để môi nhau thầm lạnh nụ hôn buồn./.

NHẠC MƯA 76 thơ ĐẶNG KIM CÔN

Cơn Mưa Kỳ Lạ

Làm sao anh hiểu được
Có gì sau trang thư
Một mảnh trời nguyệt thực
Đã kịp tròn lại chưa?

Cũng không ai hiểu được
Sao trời hôm ấy mưa
Trên dòng sông Thái Trạch
Trăng ai trôi lên bờ.

Cơn mưa gì kỳ lạ
Chập chờn trang thư ai
Ướt nửa trời mộng mị
Giật mình cơn đau dài

Có bao giờ em nghĩ
Sao chiều chiều lại mưa
Sao mắt trông trời đất
Xa như chưa bao giờ

(Để em bên song cửa,
Chợt lạnh trời hôm qua
Hai lối về lặng lẽ
Kéo con đường thêm xa)

Hai tấm lưng xuôi ngược
Thấy nhau bằng nỗi buồn
Khi xa dần tiếng bước
Thảng thốt chiều. Mưa tuôn.

08-2010

Cơn Mưa Kỳ Lạ

Thơ: Đặng Kim Côn
Nhạc : Vũ Vĩnh Phúc

Làm sao anh hiểu được có gì sau trang

thư? Một mảnh trời nguyệt thực đã kịp tròn lại chưa?

Làm sao anh hiểu được sao trời hôm ấy

mưa? Trên dòng sông Thái Trạch trăng ai trôi lên bờ...

Cơn mưa gì kỳ lạ chập chờn trang thư

ai? Cơn mưa chiều mùa hạ ngập ngừng rơi trên

vai. Cơn mưa gì kỳ lạ dùng dằng vương tóc ai? Ướt

nữa đời mộng mị, giật mình cơn đau dài.

Lam sao anh hiểu được chớm lạnh trời hôm

qua? Hai lối về xuôi ngược kéo con đường thêm xa...

Làm sao anh hiểu được mây buồn giăng lối

đi? Khi xa dần tiếng bước chiều mưa rơi thầm thì./.

NHẠC MƯA 80 thơ ĐẶNG KIM CÔN

Có Phải?

Ánh mắt nào dán sau lưng em,
Không quay lại mà chân thì quýnh quýu.
Có bàn tay nào, bàn tay nào… giữ hộ!
Hồn em đang chực quỵ giữa trời nghiêng

Cắc cớ chiều nay trời vô lý
Không mưa đâu, lại mưa trên biệt ly
Nỗi muộn phiền, vô tình, như lũ cuốn
Thì đã đành, vâng đành, người đi!

Người đi, người về, mưa bỗng thu
Tháng mấy (quên rồi) sao mưa Ngâu?
Chức Nữ dùng dằng bên khung cửi
Dệt tới dệt lui khúc vải sầu.

Biệt ly, mưa nếu rồi mai nắng
Còn đọng trên mi chi, hỡi mưa
Có phải để chiều nay mây trắng
Nối lại trăm năm một hẹn hò?

08-2010

Ít ra

Ai ai trong đó không mình,
Lơ mơ trời đất loanh quanh chỗ nằm.
Giọt mưa rớt xuống vô âm,
Chiều xưa (xưa quá) mờ câm bóng người
Là ai thì cũng ai thôi.
Ít ra có lúc còn ngồi đợi nhau.

08-2010

Cầu Vồng

Có một cơn mưa như dài vô tận
Lững lờ bay giữa xế chiều nhau
Hai chiếc bóng tròn xoe đôi mắt
Hỏi con đường mưa rơi về đâu

Có một buổi chiều cài hơn bơ vơ
Chỉ có con đường chia tay bỗng ngắn
Anh về đâu để mùa thu nhuốm lạnh
Em về đâu mà giận nắng hờn mưa?

Có sợi mưa nào buộc chiều nay lại
Để xem ai đi được một mình
Để mưa nắng đôi khi cũng gặp
Bắc cầu vồng theo bước chân anh.

08-2010

Quán Chiều Mưa

Em có muốn ngoài kia thôi mưa?
Chút ước mơ lạnh đầy quán lạ
Xa, xa dần, bước chân ai nghiêng ngả
Mà thật như chừng tiếng cốc khua

Mà thật như mây giăng trưa nay
Ta không muốn nhìn em len lén
Quán em ngồi sao ta không thể đến
Bỏ buổi chiều phụng phịu dưới mưa bay.

Gọi cho ta ly cà phê nóng
Để em nghe giọt rớt xuống bâng khuâng
Em lạnh đấy, áo ân tình sũng nước
Uống hộ ta chút ấm thủa thanh xuân

Em có muốn mưa tạnh về, thay áo
Soi gương tìm một buổi chiều mưa
Có ai đó lờ mờ trong ngực
Nghe ngoài trời mưa đã ngày xưa?

08-2010

Quán Chiều Mưa

Thơ : Đặng Kim Côn
Nhạc : Vũ Vĩnh Phúc

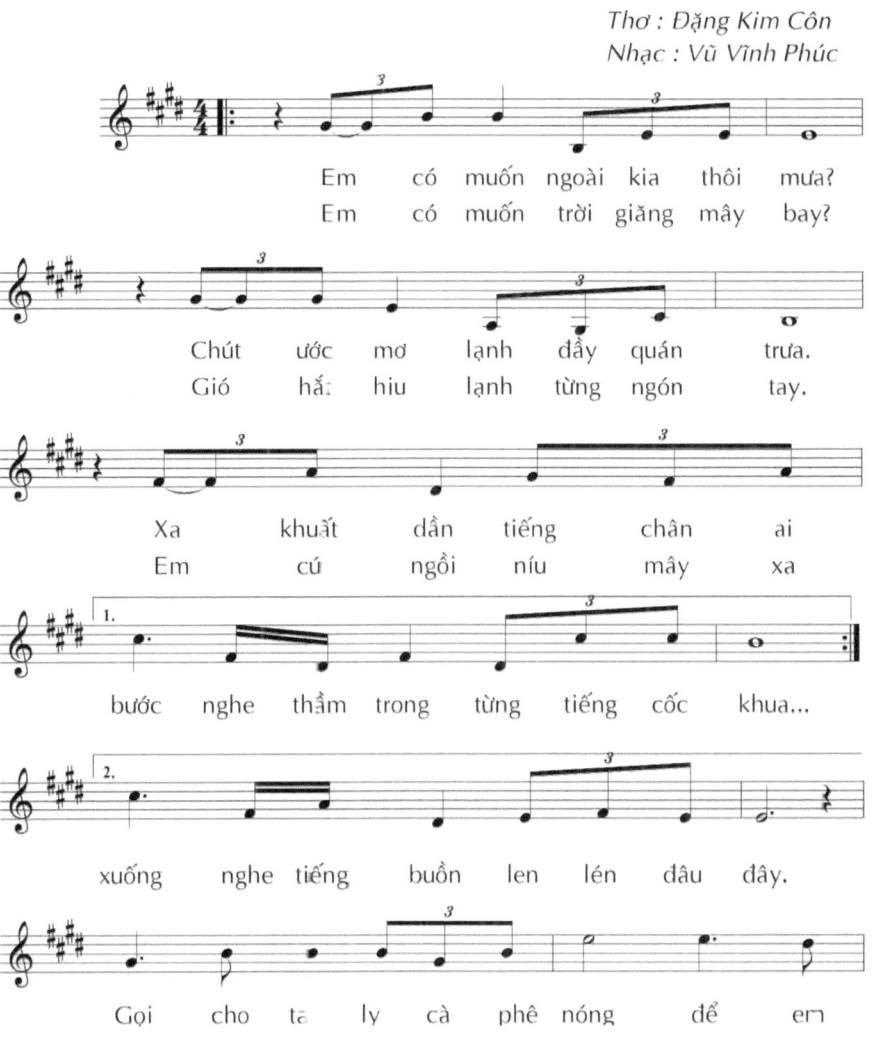

Em có muốn ngoài kia thôi mưa?
Em có muốn trời giăng mây bay?

Chút ước mơ lạnh đầy quán trưa.
Gió hắt hiu lạnh từng ngón tay.

Xa khuất dẫn tiếng chân ai
Em cú ngồi níu mây xa

1.
bước nghe thầm trong từng tiếng cốc khua...

2.
xuống nghe tiếng buồn len lén đâu đây.

Gọi cho tả ly cà phê nóng để em

nghe giọt rớt xuống bâng khuâng.

Lạnh không em áo ân tình sũng nước? Uống hộ

ta giọt ấm thủa thanh xuân.

Đợi cho mưa tạnh về thay áo, để soi

gương tìm dĩ vãng trong mơ.

Và trong tim có bóng hình ai

đấy? Mưa bây giờ hay mưa của ngày xưa

NHẠC MƯA 86 thơ ĐẶNG KIM CÔN

Ta Và Mưa

Mưa ngừng đi, mưa ngừng thôi!
Mưa ngừng đi mấy giọt chơi vơi này.
Chiều nao mưa xa xa bay,
Chiều nay mưa đã cuồng quay đất trời...
Ngừng giùm đi, ngừng! Mưa ơi,
Ta không muốn cuốn chiều trôi theo giòng.

Để một ngày kia bên song,
Không mưa ai có nghe lòng mây giăng?

08-2010

Chia Tay Chiều Mưa

Tình cũng chông chênh hầm hố, ổ gà
(Chưa kể cơn mưa bước lầy bước lội)
Ta có nhau chưa sao đường chia vội
Bỏ lại trong lòng ngập ngụa hôm qua.

Bỏ chỗ ngồi mong chờ ai, lặng lẽ
Đường về không còn nơi trú mưa
Nếu không ướt, buổi chiều sao dài thế
Sao mới bắt đầu đã vội ngày xưa.

Không có mưa phố cũng thèm chút lạnh
Không phải thu, đôi lúc lá rưng vàng
Thì thôi nhé, coi như là mưa tạnh
Còn lại gì em? Chút mộng lang thang.

08-2010

Mưa Rơi Về Đâu?

Có chiếc cầu Ô Thước
Ngỡ ngàng sau lưng kia
Đến giữa cầu, mấy bước?
Gặp nhau chưa đã về?

(Biết đường không chung nhau
Gửi làm chi ánh mắt
Một ngày, là thương đau
Được gì đâu, đã mất)

Không phải là Tháng Bảy
Mà sao mưa, mưa Ngâu?
Rơi từ ngàn năm xuống
Sẽ về đâu, về đâu?

08-2010

Tiếng Mưa

Em vẫn phải bật đèn lên
có thể khóc, có thể cười, có thể đập vào nỗi trống vắng
hình như bên ngoài trời mưa đó em

Cứ để cho trái tim biết chút muộn phiền
mà không phải chỉ là thoi thóp
có muộn phiền thì cũng là bông hoa
nở trong chiều bất chợt
mưa rơi.

Để nguyên ngọn đèn vàng cho anh
soi một đôi không phải hai người mà có thêm hai chiếc
bóng

hai người làm gì sao hai chiếc bóng không vui?
tiếng mưa rã rời xuống xa xôi...

09-2010

Cơn Mưa Dẫn Em Đi Đâu?

Bão gì bão Tháng Mười Hai
Cơn mưa không tuổi kéo dài giấc mơ
Hôm qua đâu, đã xa chưa?
Ngày xưa còn có bao giờ hay không?
Mưa đi bỏ lại mùa đông
Ta còn bão rớt xuống lòng âm u
Cơn mưa dẫn em đi đâu?

22-12-2010

Mưa Phía Trời Xa

Cũng không biết sẽ làm gì hôm nay,
Trời ở đó, chìm đâu trong mưa bay
Có bất chợt em tròn xoe đôi mắt
(Lạ chưa kìa, sao kỳ thế? Ô hay!)

Không có câu trả lời nào đâu
Hỏi, trả lời, thì khác gì nhau
Nói không hiểu là em đã hiểu
Thấy vui vui, mà cũng chút đau đau.

Thì sao phải bận lòng chi, phải không?
Trong hơi cay đã có chút men nồng
Nếu cau mặt mà lòng không xao xuyến,
Xuân đã không bước qua Thu, Đông.

Nên bỏ dở giấc mơ, dậy thôi
Những con chữ cong queo mồ côi
Chút vương vướng hôm qua là thật
Thật như bài thơ nén ngậm ngùi.

13-1-2011 Đầu năm Tân Mẹo

Nối Những Con Đường

Người đâu nối những con đường
Từ chân trời lạ về trường quen xưa.
Nên từ bất chợt trời mưa
Không che chung áo để giờ lạnh nhau

3-2011

Đường Về

Một vẫy tay, mưa rơi
Đông cứng lời muốn nói
Vâng! Thì thôi, thì thôi
Dấu chân mờ xa vội

Giật mình, cơn chết khát
Ngỡ ngàng, một giấc mơ
Đường quen về bỗng lạ
Mình xưa hay ai xưa

Mưa vội vàng không hẹn
Rót xuống đời nhớ thương
Biết ngày mai không đến
Sao đường về vấn vương?

12-6-2011

Mưa Trên Hai Lối Về

Tháng Năm, ai biết! Ai chờ đợi?
Chỗ ngồi con mắt mọc trên vai.
Đâu đó, có ngày xưa bối rối
Lạc giữa nói cười một bóng ai

Có nhịp máu nào như lính quýnh
Ấm bàn tay vội, nghẹn bàn chân
Chắt từng bóng tối nghiêng đêm lạnh
Hai lối về lặng lẽ bâng khuâng

Ngoảnh lại, Tháng Năm là bóng nước
Người chỉ là… Vâng, cũng chỉ là…
Thảng thốt mưa đâu về bất chợt
Cúi mặt, đường về như bỗng xa

12-6-2011

Tháng Năm, Mùa Đông

Tháng Năm, mùa đông lạc
Tay ai lạnh riêng trời
Ánh mắt ai còn ấm
Vướng lối về mưa rơi

Giật mình, đêm khựng lại
Ngỡ ngàng, một giấc mơ
Đường quen về bỗng lạ
Mình xưa hay ai xưa

Xôn xao mưa Tháng Năm,
Rót xuống đời thương nhớ
Giữa nhau bong bóng vỡ
Nhìn theo đường xa xăm

12-6 2011

Mưa Từ Nơi Ấy

Phải mưa nơi ấy mưa về?
Giọt rơi trong cốc cà phê đầu ngày
(Giọt nào chợt như cay cay)
Uống giùm ai ngụm mây bay ngọt ngào
Để nghe mưa từ chiêm bao
Bàn tay biết nói đêm nào trong mưa.

6-2011

Gửi Lại Chiều Mưa

Cuối mùa mưa ấy trời chưa nắng,
Đã ánh vàng lên một bóng thu
Hồng tím trộn nhau thành mây trắng
Màu áo theo mây bay, về đâu?

Về đâu khi rụt bàn tay ấm
Trả bàn tay lạnh xuống chiều mưa
Vệt khói trăm năm mờ bóng nhạn
Đường bay xám ngoét giữa đôi bờ

Từ ly, không cả câu hò hẹn
(Biết có nhìn theo chiếc bóng chiều?),
Tiếng bước dỗi trên đường mưa nghẹn
Ướt áo em chiều nay hắt hiu!

Mới đã hôm qua rồi đấy nhỉ?
Cuối mùa mưa ấy buồn như mưa!
Chiều nay hơi giá từ thiên lý
Chợt buốt nghiêng nửa trời chiều xưa.

7-2011

Lội Ngược Đêm Mưa

Hôn em buổi sáng nụ này,
Đêm qua giấc ngủ không đầy giấc mơ
Mắt xa he hé mi chờ
Mộng xa môi chúm đôi bờ rưng rưng
Đêm không mọc kịp đôi chân
Cho em lội ngược về từng đêm xưa
Bâng khuâng nhịp gót đêm mưa
Không trông theo cũng đủ bơ vơ rồi

29-7-2011

Trăng Xanh của Nguyên Khai

Bước Hoài Không Tới
Một Ngày Xưa

Đền em một nụ muộn này
Xa kia mây đã mờ bay cuối trời
Từ em nhẹ gót hài xuôi
Trăm năm tiếng bước còn bồi hồi ai
Người về không hẹn một mai
Tiếng mưa xưa rót xuống hoài đêm sâu

Ta về xưa, mưa về đâu
Để em bước lại chân cầu bóng soi
Ừ em hạnh phúc ngậm ngùi
Đếm từng buồn đếm từng vui, vơi đầy
Đếm từng nụ sớm môi say
Bước hoài không tới một ngày mưa xưa

8-2011

Lạnh Lời Từ Ly.

Người mang thu đi,
Mùa đông xuống vội
Hạt mưa bối rối
Lạnh lời từ ly.

Bỏ đêm thu lại
Rưng khuyết rưng tròn
Vầng trăng năm ngoái
Vật vờ mây sương.

Bàn tay níu mỏi
Từng cánh heo may
Chân người khắc khoải
Thu vàng bay bay

Đôi bờ rêu thức
Giọt Ngâu đục mờ
Lá phong đỏ rực
Rụng ngang đường mưa

Ta qua đường xưa
Chiều cay hơi mưa
Nhớ cơn mưa cũ
Thuở ấy xa chưa

3-9-2011

Chiếc Bóng Chiều

Từ em thiêm thiếp lá vàng
Từng thu đợi nửa giấc ngàn về xuôi
Về đâu bóng lửng lơ trời
Hoàng hôn chưa, vội khép đời, lung linh
Chênh vênh bờ vực gọi mình
Gọi ai, ai gọi ơi tình, chiều đâu?

Từ ta mấy nỗi nông sâu
Lênh đênh nào hẹn xuân thu cõi nào
Vén mây mù hỏi chiêm bao
Yêu em mấy đủ từng thao thức này

Bóng chiều cõi mộng non mây
Mai kia đập trái tim say tìm người.

Em về, mưa cuối mùa rơi
Ta về cúi mặt dưới trời mây giăng.

21-9-2011

Thư Chiều Mưa

Thư cho em, buổi chiều trời mưa
Mưa xứ người buồn như hôm ấy
Mưa gọi thức cơn mê bật dậy
Hay mưa ru mơ em say sưa?

Nếu mưa níu từng chùm mây xuống
Cũng sẽ mưa cuốn hết mù trôi
Bàn tay trong bàn tay luống cuống
Còn ấm hoài chiều xưa, chiều ơi!

Thư cho em, muốn dài hơn mưa
Như thương nhớ dài qua ngày xưa.
Dài như giọt lệ bên đời lạnh
Nhìn theo từng bước chiều bơ vơ

Mặc mưa lạnh xuống từng giọt mực
Nụ chiều kịp ấm môi chiều xa?
Ngoài kia mưa sắp rời thành phố
Để lại trang thư nỗi nhớ ta.

Chiều mưa, chiều mắc mưa, chiều vội,
Nắng ảo cuối đường chiếc bóng trôi
Thư ta chợt xám từng mây nổi
Hóa nắng chiều nay sưởi bước người.

28-10-2011

NHẠC MƯA 106 thơ ĐẶNG KIM CÔN

Thư Chiều Mưa

Thơ : Đặng Kim Côn
Nhạc : Trần Quang Lộc

Em Sắp Về, Chiều Nay

Em sắp về, chiều nay không nhau
Bên hiên xưa, nắng chiều phai mau
Như cuộc đời thoắt còn, thoắt mất
Như tháng ngày không hẹn về đâu.

Em sắp về, chiều nay không anh
Giọt mưa chiều long lanh gầy xanh
Để chợt nhớ đôi bờ mi lạnh
Lệ vô tình cay mắt, nhìn quanh

Em sắp về, như em đã đi
Đón đưa rồi cũng là từ ly
Nghe tiếng bước ai trên phố, lạ
Ngỡ chiều đang nghiêng cánh thiên di.

4-11 2011

Em Sắp Về, Chiều Nay

Thơ : Đặng Kim Côn
Nhạc : Vĩnh Điện

BOSTON

Em sắp về, chiều nay không nhau. Bên hiên xưa, nắng chiều phai mau. Như cuộc đời thoắt còn thoắt mất. Như cuộc tình không hẹn mai sau.

Em sắp về chiều nay không anh. Giọt mưa chiều long lanh gầy xanh. Để chợt nhớ đôi bờ mi lạnh. Lệ vô tình cay mắt, nhìn quanh.

Em sắp về như em đã đi. Đón đưa rồi cũng là từ ly. Nghe tiếng bước ai trên phố lạ. Ngờ chiều đang nghiêng cánh thiên di.

Em sắp về như em đã đi. Đón đưa rồi cũng là từ ly. Nghe tiếng bước ai trên phố lạ. Ngờ như chiều nghiêng cánh thiên di.

Gọi Nắng

Tay ngắn quá làm sao ôm em,
Xa xôi quá... Buồn, mưa buồn thêm.
Ngọt ngào ơi, nắng đâu rồi mấy thuở,
Mưa chiều nay như sóng bủa vành tim.

4-11-2011

Khép Lại Một Ngày

Rồi thôi khép lại một ngày,
Mây bay cuối dốc, mưa bay đỉnh trời
Chiều chia hai lối ngược xuôi
Ngược ôm nỗi nhớ, xuôi ngùi đêm mong

29-01 2012

Hôm Qua Em Ở Đâu

Hôm qua em ở đâu
Bỏ sân trường gió lộng
Những con đường ngơ ngẩn
Nhìn giòng đời trôi mau

Giòng đời thì chảy xiết
Mà nhớ thương không bờ
Em đi, đi mải miết
Ngày xưa hoài vẫn xưa

Mưa chiều về quên tạnh
Mình anh co ro đi
Cứ mặc bàn tay lạnh
Để nhớ lần chia ly

(Để nhớ lần trễ học
Tấm áo mưa chung đầu
Tiếng reo đùa cửa lớp
Thẹn mà thêm thương nhau)

Để từng cơn mưa cũ
Rơi hoài trên thơ ngây
Em ở đâu mất dấu
Mưa trong lòng ai bay…

Hai mái đầu ướt sũng
Vẫn trông vời mưa xa
Hỏi cuối đường, chiếc bóng
Khuất về đâu hôm qua?

6-2012

Gặp Mộng

Mộng ở đâu về xanh vạn cổ
Mắt ai vời vợi thắp đêm xưa
Tiếng mưa ru ngọt bên song mộng
Rung cả thiên đường đêm ngẩn ngơ

2012

Anh Về

Đường xưa chừng lạ bước xưa,
Anh về nghe lạnh chiều mưa một mình.
Con đường và bóng nhìn quanh!

2012

Thầm Thì

Để lắng xuống thôi, hãy đừng lay động,
Cho nỗi buồn không làm đục ngày mai
Những con đường không mọc lên ác mộng
Hôm qua là... là hôm qua của ai.

Cứ dụi đầu vào ngực anh mà khóc
Hồn nhiên như giọt nắng mới sau mưa
Giọt nắng long lanh sắc màu trong mắt
Tiếng cười thơm như hoa vườn xưa

Em sẽ thấy hôm nay là sự thật
Nước mắt ngọt ngào trên môi bình yên
Như đôi khi mưa cũng làm mềm đất
Sẽ lòng em, nước mắt cuốn ưu phiền

Để nỗi buồn và ngày mai chia hai
Lắng xuống đáy sông, im lìm đá sỏi
Hôm qua nào không để nối ngày mai
Lồng lộng em về, riêng em, một lối

Tự bỏ vườn đi ngỡ bàn chân lạc
Chẳng biết mình đâu ảo thật chập chùng
Là nỗi buồn đã hóa ngàn hoa nắng
Hàm tiếu trên cành xao xuyến mùa đông

Khi bàn chân em ấm qua vườn cũ
Ta tìm nhau từng giọt máu về tim
Giòng máu hòa giữa giòng sông mải miết
Trôi thầm thì giữa bờ anh, bờ em

7-2012

Mưa Qua Cây Mận

Chiều nay cây mận hiên nhà ướt
U uẩn chiều quên xanh, mưa bay...
Giả sử cơn mưa không hẹn dứt
Anh biết em mơ gì đêm nay?

Bất quá chỉ một cơn mưa hạ,
Có chi đâu! Sao vướng chân người
Nếu lỡ có hai người mất ngủ
Tại mình hay tại mưa đêm rơi

Đêm sẽ dài không, anh có biết
Ngoài hiên cây mận đợi mưa về
Hẹn chớm mùa sang xao xuyến lá
Từ trời nào lành lạnh canh khuya

Ngọn đèn trở đầu, bên gối lẻ
Nhớ mưa chiều nên đêm mênh mông
Thì tất nhiên là không ai đến
Sao em mơ cây mận đơm bông

Sao em mơ cơn mưa chiều lạc
Giọt mật người xa rót xuống lòng
Tiếng nói cứ thì thầm trang sách
Chập chờn hơi thở nhẹ, bên song.

8-2012

Khi Nắm Tay Em

Run run từng giọt mồ hôi lạnh
Bàn tay về, để lại bàn tay…
Mắt tránh mắt, đường xa lính quýnh
Nghe chiều về bất chợt mưa bay.

Không biết sao đường về sướt mướt
Mưa gì lạnh giữa hai bàn tay
Sao mưa không giữa trăm năm trước
Cho mãi chiều trôi về sáng nay.

Để chợt thức, giấc mơ còn âm ấm
Em sáng, em chiều, em đêm qua
Tay ngắn quá, nên hôm qua chỉ thế
Một ngày thế thôi, thôi cũng may là…

12-12-2012

Thu Đã Về Chưa Em?

Vầng trăng vành vạnh ấy
Bỗng gì co ro đêm
Những ngón tay thức dậy
Dạo trên từng thu em

Sợi tơ chùng luống cuống
Mưa về trần gian chưa?
Sao chừng thu vàng muộn
Lạnh bàn chân năm xưa

Bàn chân nào đá nước
Ướt buổi chiều bâng khuâng
Con đường thu xưa ướt
Giận ai mà… rưng rưng

Lá cong mình nghe ngóng
Ngập ngừng heo may trôi
Giữa đôi bờ thu mộng
Ngâu sụt sùi đầy vơi.

Giọt bên giòng lách tách
Giọt trên cành đong đưa
Rạo rực vầng trăng hẹn
Rươm rướm bờ lau thưa

Trăng nôn nao trần thế
Với sợi mưa nhớ chiều
Em đong đưa cành quế
Đêm và thu liêu xiêu

Nụ hôn vừa trở giấc
Thắp nến vàng đào nguyên
Lim dim con thỏ ngọc
Thu đã về chưa em?

9-21-2013

Em Và Thu

Thu se lòng trong gió
Sợi mưa chùng mong manh
Mưa nửa trời mắt đỏ
Nửa trời bâng khuâng anh.

Cành thu xa, nắng quái
Chơi vơi hắt bóng mình
Mưa kéo trời xa mãi
Dấu yêu về lung linh.

Mưa đi, thu khắc khoải
Nhuốm vàng từng bước em
Anh và thu ở lại
Bên nay bờ mông mênh

2013

Đường Xưa

Bâng khuâng giọt mưa tươi xanh
Bước xưa thầm với bóng mình ướt mưa
Bóng dài hơn đường về xưa!

2013

Bước Chiều

Mưa rơi xuống chiều, mưa rơi
Giọt mưa chợt lạnh giữa trời bơ vơ
Bước chiều qua phố ngu ngơ

2013

Nỗi Nào

Nỗi nào mưa nắng nắng mưa,
Nắng mưa mưa nắng chưa vừa hoàng hôn

27-11-2013

Mưa Chiều

1.
Vén mưa em thả mây bay
Gió bao nhiêu lộng cho ngày lang thang
Em và mộng mấy hợp tan
Mộng nghêu ngao phố, em vàng bước xuân.
Mong manh tình kiếp phù vân
Mưa bay, bay đủ trong ngần thương yêu
Ngày rơi chim mỏi cánh chiều
Nghiêng vai hắt bóng liêu xiêu xuống đời,
Giọt từ chiều ấy về rơi
Giọt từ vạn cổ reo bồi hồi anh
Mắt nào mặn giọt mưa xanh
Từ thăm thẳm ướp xuân tình thơm hương
Mưa và xuân dậy lộc non
Nghe thương từng bước từng đường xưa đi

2.

Vén mây em rải mưa bay
Giọt thương giọt nhớ mấy đầy trời em,
Em và bóng một sầu riêng,
Mộng xao xuyến lạnh vàng thềm phố thu.
Kiếp nào đâu hỡi phù du,
Tìm nhau xa mịt xa mù thương yêu.
Mây bay mỏi cánh ngày xiêu,
Giọt mưa khắc khoải chở chiều chơi vơi...
Ngàn sau nào ngập lưng trời,
Còn nâng niu giấc mơ thời xưa nhau.
Mai kia mưa rơi về đâu?
Lá rơi để mới cội sầu, lộc non.
Nghe mưa để nhớ tình buồn,
Để thương từng bước từng đường mình qua.

15-01- 2014

Tuy Hòa Ở Lại

Em đi, xưa, mang theo một điều mong đợi,
Hình như có lời định nói mà... chưa
Đâu đó đầu đường em không mong cuối
Một vẫy tay, một cuối đường mưa.

Em biết con đường sau lưng nghèn nghẹn
Có một Tuy Hòa buồn như người đi
Cụm lục bình trôi bềnh bồng vô định
Chân cầu nao nao sóng vỗ... thôi thì...

Và em đi, để chiều mưa tới
Nhìn theo mưa hun hút chiều xa
Thôi thì... đi, để hiểu điều chưa nói
Trái đất tròn như mai ấy... Tuy Hòa!

Xưa đâu, để giờ em ngồi đây
Có chút mưa xưa trong lòng bay
Chiều vẫn dài như điều mong đợi
Mưa quấn quanh thương nhớ chiều nay

Nữa mai đi, lại một mình đi
Lại một mình Tuy Hòa ở lại
Mưa ở lại mong đâu xa trở lại
Giọt chiều nghiêng trên cánh thiên di

Mai nhớ về sẽ không như chiều nay
Gì có khác nhưng Tuy Hòa không khác
Những con đường xa hơn chiều nắng nhạt
Bàn tay thôi e ấp vẫy bàn tay…

14-10-2014

Góc Phố Chiều Nha Trang

Có tiếng sóng xốn xang trong mắt em
Nha Trang trời chợt thấp
Như thể xưa nào em đã khóc
Biển vắng cho chiều rưng mưa.

Giữa phố đông người xe tấp nập
Không lạ mà sao run run
Mắt nhắm nhẹ và môi chờ e ấp
Nha Trang buồn
Nụ hôn
Quay lưng…

Nha Trang là em, và em là biển
Là bao lâu rồi mà mùa vẫn mùa Ngâu?
Như vẫn đó hôm qua, hay hôm qua chưa có?
Tháng Bảy Nha Trang hay tháng mưa ngâu?

Em ở đâu mà biết anh về đâu
Con phố liêu xiêu bâng khuâng mắt phố
Chiều buồn nên chiều không bóng đổ
Góc phố dõi chừng từng tiếng bước mau
Con phố chơi vơi giọt mưa trên cao

Như có biển mặn nơi góc phố
Có giọt mưa chừng ươn ướt bàn tay
Chiều xa, chiều ngập ngừng tiếng sóng
Ngỡ ai về theo bước chiều nay

22-7-2014

Tháng Bảy Thu Chưa

Tháng Bảy này không có mưa Ngâu,
Ngưu Lang Chức Nữ biết giờ đâu,
Sông Ngân thăm thẳm mờ mây khói,
Quạ có cần đâu chuyện bắc cầu

Năm xưa em về mưa gì rơi
Thu chưa, sao lá úa chân người
Tháng Bảy con đường xao xuyến gió
Tiếng lá chao nghiêng chiều Ngâu rơi

Thuở ấy mưa theo em về, lạnh
Buồn vương dáng phố trời liêu xiêu
Nghe sao tiếng bước rơi đâu lạ
Mình đang đâu đây, hỡi buổi chiều?

Bàn tay lạnh níu bàn tay lạnh
Ánh mắt thầm đưa tiếng bước thầm
Nên chiều mưa cũng bất ngờ như hẹn
Người trăm năm không về với trăm năm

Em đâu nhớ mưa sau lưng quá xa
Nên không biết mùa thu hẹn tới,
Bởi mùa nào cũng trông mong vời vợi
Và ngày nào em cũng mới... hôm qua

Cũng bâng khuâng lá vàng nỗi nhớ,
Người đến người đi như mưa thu,
Chiều hai nơi ngồi nhìn mưa đổ
Nghe mình xoáy trong những đám mây mù

24-7-2015

Níu Chiều Thảng Thốt

Rơi nhanh, rơi nhanh
Giọt mưa vô lối
Con đường loanh quanh
Tuôn theo đời vội

Em đi xa quá
Ngày còn lay hoay
Cơn đau vàng lá
Mưa mù cánh bay.

Mưa ngang đời thấp
Mưa theo trời cao
Rèm thôi lay động
Cho mùa nao nao

Thôi khung cửa vọng
Lá rơi, lá rơi
Giọt mưa tê cóng
Mặn xuống tay người

Con đường không hẹn
Nên chiều thênh thang
Mùa đông chợt hỏi
Về đâu lá vàng

Về đâu mưa thấp
Về đâu hôm qua
Níu trời thảng thốt
Mây về chiều xa

10-7- 2015

Mùa Đã Cạn

Hai bên bờ Sông Ngân vắng ngắt
Những con quạ cuối cùng đã ngậm ngùi bay đi
Bay về mùa đông ngập ngừng lá đỏ
Cầu ô tan trong sương
Mây trôi nước trôi trong ngần biệt ly

Án từ trời nào, nào phải lỗi Sông Ngân
Đã nghe phân ly từ phút đầu hội ngộ
Nên những giọt mưa nuốt xuống lòng vạn cổ
Không rơi xuống mùa hè, cũng không hẹn mùa xuân
Hỏi những ngàn năm quạ biết có vui buồn?

Và mưa vẫn mưa Ngâu!
Sông vẫn đợi cây cầu
Em như con thoi khấp khởi dừng bên khung cửi
Anh cũng bồi hồi bước xuống khỏi lưng trâu!
Chỉ để ngàn xưa khóc xuống ngàn sau.

Chỉ để, lại quay đi không buồn ngoảnh lại
Sâu thêm dòng sông sâu
Bờ xa vạn dặm,
Mưa bay về đâu?
Ướt về khung cửi
Ướt trên lưng trâu…

Mưa lạnh lòng nhân thế
Mưa ướt mù mốt mai
Cầu bay trong hư ảo
Mưa Ngâu về Giêng, Hai…

Bao giờ mưa thôi mưa Ngâu?
Mùa đã cạn!

03-01-2016

Mục Lục

www.ingramcontent.com/pod-product-compliance
Lightning Source LLC
Chambersburg PA
CBHW021644120626
46545CB00002B/691